Impressum
Verlag: BABADADA GmbH, Nedderfeld 112 , 22529 Hamburg
Geschäftsführer / Verlagsleitung: Harald Hof
Druck: Books on Demand GmbH, In de Tarpen 42, 22848 Norderstedt

Imprint
Publisher: BABADADA GmbH, Nedderfeld 112 , 22529 Hamburg, Germany
Managing Director / Publishing direction: Harald Hof
Print: Books on Demand GmbH, In de Tarpen 42, 22848 Norderstedt, Germany

skola

ትምህርት ቤት

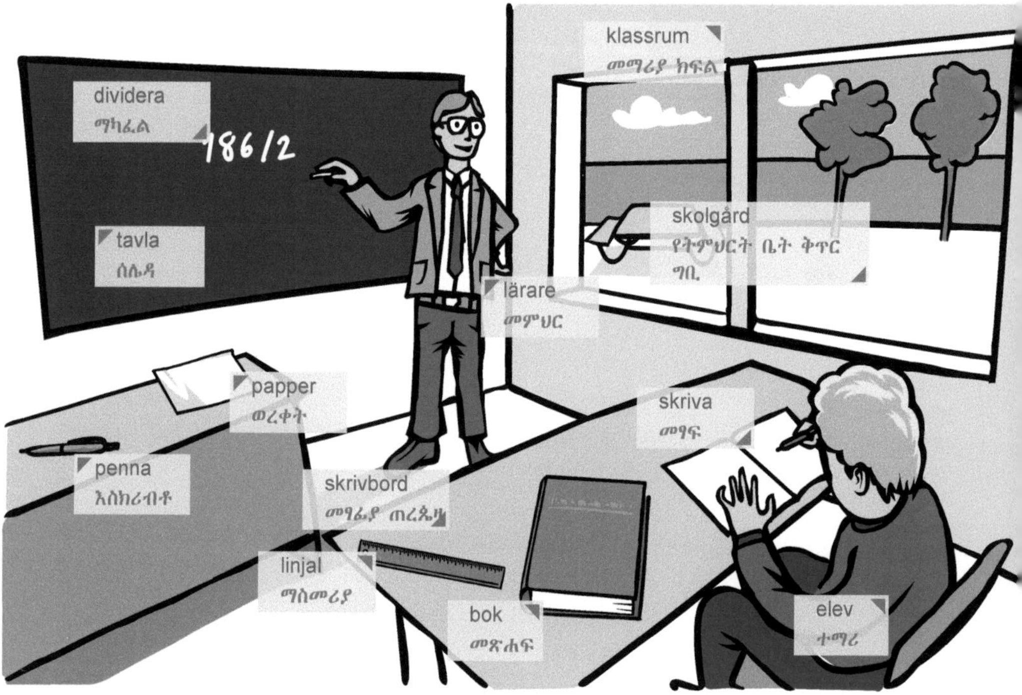
klassrum
መማሪያ ክፍል
dividera
ማካፈል
186/2
tavla
ሰሌዳ
skolgård
የትምህርት ቤት ቅጥር ግቢ
lärare
መምህር
papper
ወረቀት
skriva
መፃፍ
penna
እስክሪብቶ
skrivbord
መፃፊያ ጠረጴዛ
linjal
ማስመሪያ
bok
መጽሐፍ
elev
ተማሪ

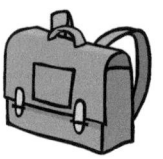

skolväska

የጀርባ ቦርሳ

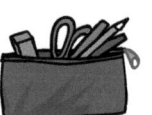

pennfodral

የእርሳስ መያዣ

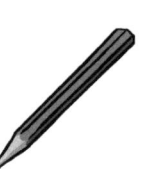

blyertspenna

እርሳስ

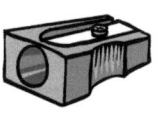

pennvässare

የእርሳስ መቅረጫ

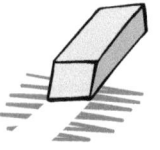

suddgummi

ላጲስ

ritblock

የስዕል ደብተር

teckning

ዕል

pensel

የቀለም ብሩሽ

målarlåda

የቀለም ሳጥን

sax

መቀ

lim

ማጣበቂያ

övningsbok

መልመጃ ደብተር

hemläxa

የቤት ራ

12

tal

ቁጥር

2+2

addera

መደመር

5-2

subtrahera

መቀነ

2×2

multiplicera

ማባዛት

räkna

ቁጥሮችን ማ ላት

A

bokstav

ደብዳቤ

ABCDEFG
HIJKLMN
OPQRSTU
VWXYZ

alfabet

ደላት

ord

ቃል

text

ፅሑፍ

läsa

ማንበብ

krita

ጠመኔ

lektion

ትምህርት

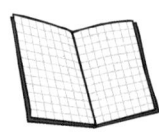

register

ምዝገባ

prov

ፈተና

intyg

ሰርተፊኬት

skoluniform

የትምህርት ቤት የደንብ ልብስ

utbildning

ትምህርት

uppslagsverk

አዉደ ጥበብ

universitet

ዩኒቨርስቲ

mikroskop

የምርምር አጉሊ መሳርያ

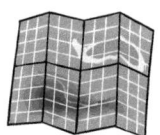

karta

ካርታ

papperskorg

የቆሻሻ ወረቀት መጣያ ቅርጫት

hotell
ሆቴል
vandrarhem
ማረፊያ ቤት
ROOMS
växelkontor
የዉጭ ገንዘብ ምንዛሪ ቢሮ
resväska
ልብስ መያዣ ሻንጣ
bil
መኪና

språk

ቋንቋ

ja / nej

አዎ/ አይደለም

Okay

እሺ

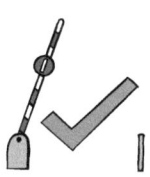

hej

ሰላም

översättare

አስተርጓሚ

Tack

አመሰግናለሁ

hur mycket kostar…?

ስንት ነዉ.......?

jag förstår inte

አልገባኝም

problem

እክል

God kväll!

እንደምን አመሹ!

God morgon!

እንደምን አደሩ!

God natt!

መልካም ምሽት!

hejdå

ደህና ይሰንብቱ

riktning

አቅጣጫ

bagage

ሻንጣ

väska

ቦርሳ

ryggsäck

የጀርባ ቦርሳ

gäst

እንግዳ

rum

ክፍል

sovsäck

የመተኛ ቦርሳ

tält

ድንኳን

turistinformation

የጎብኚዎች መረጃ

strand

የባህር ዳርቻ

kreditkort

ክሬዲት ካርድ

frukost

ቁርስ

lunch

ምሳ

middag

እራት

biljett

ቲኬት

hiss

አሳንሰር

frimärke

ማህተም

gräns

ድንበር

tull

ባህሎች

ambassad

ኤምባሲ

visum

ቪዛ/የይለፍ ወረቀት

pass

ፓስፖርት

resa - ጉዞ 7

transport

መጓጓዣ

fartyg
መርከብ
flygplan
አዉሮፕላን
brandbil
የእሳት አደጋ መኪና
lastbil
የጭነት መኪና
buss
motorbåt
የሞተር ጀልባ
bil
መኪና
cykel
ብስክሌት

färja

የማመላለሻ ጀልባ

båt

ጀልባ

motorcykel

የሞተር ብስክሌት

polisbil

የፖሊስ መኪና

racerbil

የዉድድር መኪና

hyrbil

የኪራይ መኪና

bilpool

....

የመኪና መጋራት

bärgningsbil

....

ጎታች መኪና

sopbil

....

የቆሻሻ ጭነት መኪና

motor

....

ሞተር

bränsle

....

ነዳጅ

bensinstation

....

የቤንዚን ማደያ

vägmärke

....

የመንገድ ምልክት

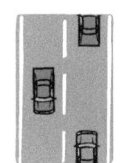

trafik

....

የመኪኖች እንቅስቃሴ

bilkö

....

የመኪና መጨናነቅ

parkeringsplats

....

የመኪና ማቆሚያ

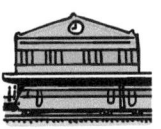

tågstation

....

የባቡር ጣቢያ

räls

....

የባቡር ሀዲዶች

tåg

....

ባቡር

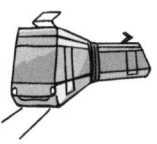

spårvagn

....

የኤሌክትሪክ ባቡር

vagn

....

ሰረገላ

helikopter

ሄሊኮፕተር

flygplats

አየር ማረፊያ

torn

ማማ

passagerare

መንገደኛ

container

ማስቀመጫ፤ ማጠራቀሚያ

kartong

ካርቶን እቃ ማሸጊያ

vagn

ጋሪ፤ ተሳቢ

korg

ቅርጫት

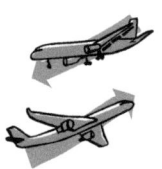

starta / landa

መነሳት/ ማረፍ

stad

ከተማ

by

መንደር

centrum

የከተማ ማዕከል

hus

ቤት

bio
ሲኒማ

reklam
ማስታወቂያ

gatulampa
የመንገድ ዳር
መብራት

gata
መንገድ

taxi
ታክሲ

fotgängare
እግረኛ

kiosk
የቁርስ መቆያ ሱቅ

trottoar
ድንጋይ የተነጠፈበት የእግረኛ
መንገድ

övergångsställe
የእግረኛ መሻገሪያ

soptunna
የቆሻሻ
ማጠራቀሚያ

övergångsställe
ማቋረጫ

trafikljus
የትራፊክ
መብራቶች

stuga

ጎጆ

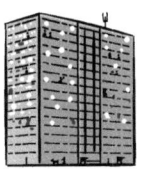

lägenhet

አፓርታማ

tågstation

የባቡር ጣቢያ

stadshus

የከተማ አዳራሽ

museum

ቤተ መዘክር

skola

ትምህርት ቤት

universitet

ዩኒቨርስቲ

bank

ባንክ

sjukhus

ሆስፒታል

hotell

ሆቴል

apotek

መድሐኒት ቤት

kontor

ቢሮ

bokhandel

መፅሐፍ መሸጫ

affär

ሱቅ

blomsterbutik

የአበባ መሸጫ

stormarknad

የሸቀጣ ሸቀጥ መደብር

marknad

ገበያ ስፍራ

varuhus

መደብር

fiskhandlare

የዓሳ ነጋዴ

köpcentrum

የገበያ ማዕከል

hamn

ወደብ

park

መናፈሻ ቦታ

bänk

አግዳሚ ወንበር

brygga

ድልድይ

trappa

ደረጃዎች

tunnelbana

ዉስጥ ለዉስጥ

tunnel

ዋሻ

busshållplats

አዉቶቡስ ፌርማታ

bar

ባር

restaurang

ምግብ ቤት

brevlåda

ስታ ሳጥን

gatuskylt

መንገድ ምልክት

parkeringsautomat

መኪና ማቆሚያ ሒሳብ ሚያሰላ ማሽን

zoo

ደር እንስሳት ማቆያ

simbassäng

መዋኛ ገንዳ

moské

መስጊድ

bondgård

እርሻ

förorening

የሚበክል ነገር

kyrkogård

መቃብር ስፍራ

kyrka

ቤተ ክርስቲያን

lekplats

መጫወቻ ሜዳ

tempel

ቤተ መቅደስ

landskap

መልከዓምድር

löv
ቅጠል

vägskylt
የመንገድ ላይ
ምልክት

väg
መንገድ

äng
አረንጓዴ መስክ

sten
ድንጋይ

liftare
በእግሩ የሚጓዝ

träd
ዛፍ

flod
ወንዝ

gräs
ሳር

blomma
አበባ

dal

ሸለቆ

kulle

ኮረብታ

sjö

ሀይቅ

skog

ጫካ

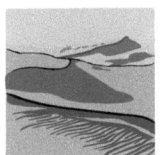

öken

በረሃ

vulkan

እሳተ ገሞራ

slott

ምብ

regnbåge

ስተ ዳመና

svamp

እንጉዳይ

palm

የቴምብር ዛፍ/ ዘንባባ

mygga

ቢንቢ/ የወባ ትንኝ

fluga

በራሪ

myra

ጉንዳን

bi

ንብ

spindel

ሸረሪት

skalbagge

ጢንዚዛ

groda

እንቁራሪት

ekorre

ሽኮኮ

igelkott

ጃርት

hare

ጥንቸል

uggla

ጉጉት ወፍ

fågel

ወፍ

svan

የዉሃ ዳክዬ

vildsvin

ከርከሮ

rådjur

አጋዘን

älg

አጋዘን

damm

ግድብ

vindkraftverk

በነፋስ የሚሽከረከር

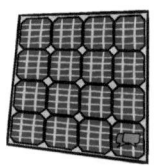

solcellspanel

የፀሀይ ፓኔሎ

klimat

አየር ንብረት

restaurang

ምግብ ቤት

servitör
አስተናጋጅ
meny
stol
ወንበር
soppa
ሾርባ
pizza
ፒዛ
bestick
መክተፊያ
bordsduk
የጠረጴዛ ጨርቅ

förrätt

....

የምግብ ፍላጎትን የሚከፍት ምግብ

huvudrätt

....

ዋና ምግብ

dessert

....

ማጣጣሚያ ተከታይ ምግብ

drycker

....

መጠጦች

mat

....

ምግብ

flaska

....

ጠርሙስ

snabbmat

ፈጣን ምግብ

street food

የመንገድ ምግብ

tekanna

የሻይ ማንቆርቆሪያ

sockerskål

የስኳር እቃ

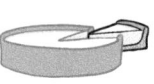

portion

ድርሻ

espressomaskin

የ ና ማፊያ ማሽን

barnstol

ባለጌ ወንበር

räkning

የክፍያ ደረሰኝ

bricka

ትሪ

kniv

ቢላዋ

gaffel

ሹካ

sked

ማንኪያ

tesked

የሻይ ማንኪያ

servett

ልብስ ምግብ እንዳይነካ የሚረዳ ጨርቅ

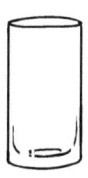

glas

ብርጭቆ

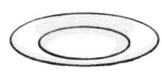

tallrik

ዝርግ ሰሀን

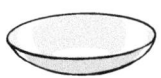

sopptallrik

የሾርባ ጎድጓዳ ሰሀን

tefat

የስኒ ማስቀመጫ

sås

ማጣፈጫ ስጎ

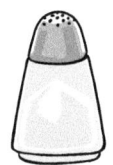

saltkar

የጨዉ እቃ

pepparkvarn

የተፈጨ ቃሪያ

vinäger

ኮምጣጤ

olja

የምግብ ዘይት

kryddor

ቀመማ ቅመሞች

ketchup

የቲማቲም ድልህ

senap

ሰናፍጭ

majonnäs

ማዮኒዝ

stormarknad

የሸቀጣ ሸቀጥ መደብር

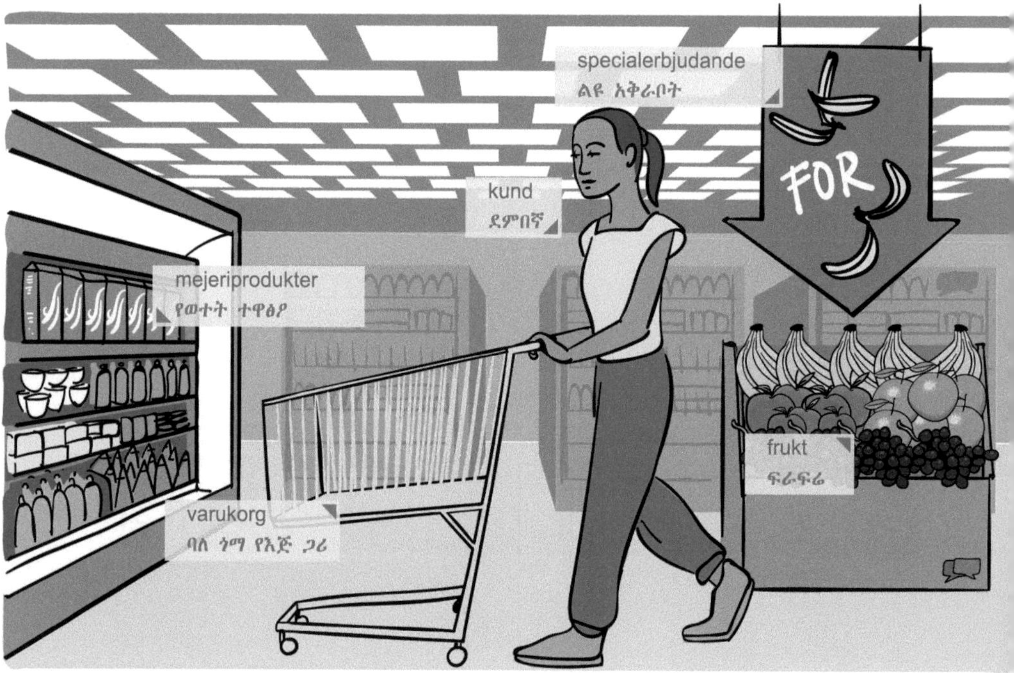

specialerbjudande
ልዩ አቅራቦት
FOR
kund
ደምበኛ
mejeriprodukter
የወተት ተዋፅዖ
frukt
ፍራፍሬ
varukorg
ባለ ጎማ የእጅ ጋሪ

charkuteri

ሎካንዳ ነጋዴ

bageri

መጋገርያ

väga

ክብደት መመዘን

grönsaker

ቅጠላ ቅጠል አትክልት

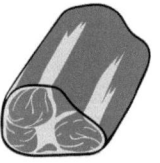

kött

ስጋ

frysta livsmedel

የቀዘቀዘ/የረጋ ምግብ

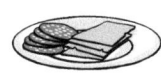

pålägg

ቀዝቃዛ ቁራጭ

konserver

የታሸገ ምግብ

tvättmedel

የማጠቢያ ዱቄት

godis

ጣፋጮች

hushållsprodukter

የቤት ዉስጥ ዉጤቶች

rengöringsmedel

የፅዳት ምርቶች

försäljare

የሸያጭ ባለሙያ

kassa

የገንዘብ መመዝቢያ ማሽን

kassör

የሒሳብ ሰራተኛ

inköpslista

የግዢ ዝርዝር

öppettider

ክፍት ሰዓታት

plånbok

የኪስ ቦርሳ

kreditkort

ክሬዲት ካርድ

väska

ቦርሳ

plastpåse

የፕላስቲክ ቦርሳ

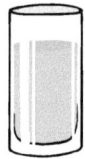

drycker

መጠጦች

vatten

ዉሃ

juice

ጭማቂ

mjölk

ወተት

cola

ኮካ-ኮላ

vin

ወይን

öl

ቢራ

alkohol

አልኮል

kakao

ኮካ

te

ሻይ

kaffe

ቡና

espresso

የተፈላ ቡና

cappuccino

ካፑቺኖ

mat

ምግብ

banan

....

ሙዝ

äpple

....

ፖም

apelsin

....

ብርቱካን

melon

....

ሀብሀብ

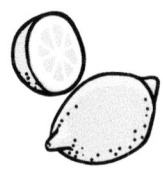

citron

....

ሎሚ

morot

....

ካሮት

vitlök

....

ነጭ ሽንኩርት

bambu

....

ሸምበቆ

lök

....

ቀይ ሽንኩርት

svamp

....

እንጉዳይ

nötter

....

ለዉዝ

nudlar

....

የህፃናት ምግብ

spaghetti

ፓስታ

ris

ሩዝ

sallad

ሰላጣ

pommes frites

የድንች ጥብስ

stekt potatis

ድንች ጥብስ

pizza

ፒዛ

hamburgare

ዳቦ ዉስጥ በስሱ ተጠብሶ የገባ ስጋ

smörgås

ሳንድዊች

schnitzel

ጥሬ ስጋ

skinka

የአሳማ ስጋ

salami

በቅመምና በጨዉ የታሸ ምግብ ቀዝቅዞ የሚበላ ሾርባ ምግብ

korv

ቋሊማ

kyckling

ዶሮ

stek

ጥብስ

fisk

አሳ

havregryn

የአጃ ገንፎ

müsli

ከወተት ጋር ተደባልቀዉ የሚበሉ ምግቦች

cornflakes

የበቆሎ ቅርፊት

mjöl

ዱቄት

croissant

ኩራሳ

fralla

ድብልብል ዳቦ

bröd

ዳቦ

rostat bröd

መጥበስ

kex

ብስኩት

smör

ቅቤ

kvarg

እርጎ

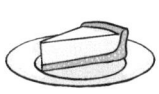

kaka

ኬክ

ägg

እንቁላል

stekt ägg

እንቁላል ጥብስ

ost

አይብ

glass

የበረዶ ክሬም

socker

ስኳር

honung

ማር

sylt

ማርማላት

nougatkräm

የተናጠ የወተት ክሬም

curry

ማጣፈጫ

lantgård
የገበሬ ቤት

ladugård
የእህልና የከብት ማቀመጫ
ቤት

häst
ፈረስ

halmbal
የጭድ ክምር

fält
ሜዳ

trailer
ተሳቢ መኪና

traktor
የእርሻ መኪና

föl
የፈረስ ዉርንጭላ

åsna
አህያ

får
በግ

lamm
የበግ ጠቦት

get

ፍየል

ko

ላም

kalv

ጥጃ

gris

አሳማ

griskulting

ግልገል አሳማ

tjur

ኮርማ

gås

ዝይ

anka

ዳክዬ

kyckling

የዶሮ ጫጩት

höna

ዶር

tupp

አዉራ ዶሮ

råtta

አይጥ

katt

ደድመት

mus

አይጥ

oxe

በሬ

hund

ዉሻ

hundkoja

የዉሻ ቤት

trädgårdsslang

የአትክልት ቦታ

vattenkanna

ዉሃ ማጠጫ ባልዲ

lie

ረጅም ማጭድ

plog

ማረሻ

skära

ማጭድ

hacka

መኮትኮቻ

högaffel

የእህል መንሽ

yxa

መጥረቢያ

skottkärra

ኩርኩር/ የእጅ ጋሪ

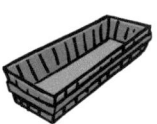

tråg

ገንዳ

mjölkflaska

የወተት ዕቃ

säck

ጆንያ ከረጢት

staket

አጥር

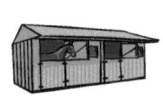

stall

የፈረስ ጋጣ

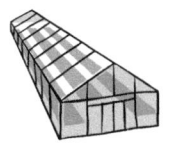

växthus

ዕፅዋት ማሳደጊያ የመስታዉት ቤት

jord

አፈር

säd

ዘር

gödsel

የመሬት ማዳበሪያ

skördetröska

ጥምር ማረሻ

skörda

አዝመራ መሰብሰብ

skörd

አዝመራ

jams

ድንች

vete

ስንዴ

soja

ሶያ

potatis

ድንች

majs

በቆሎ

raps

የከብት መኖ

fruktträd

የፍሬ ዛፍ

maniok

የካሳቫ ዛፍ

spannmål

እህል

hus
ቤት

skorsten
የጪስ ማዉጫ
tak
ጣራ
stuprör
አሸንዳ
fönster
መስኮት
garage
ጋራዥ
dörrklocka
የበር ደወል
dörr
በር
soptunna
ማጠራቀሚያ
brevlåda
ፖስታ ሳጥን
trädgård
የአትክልት ቦታ

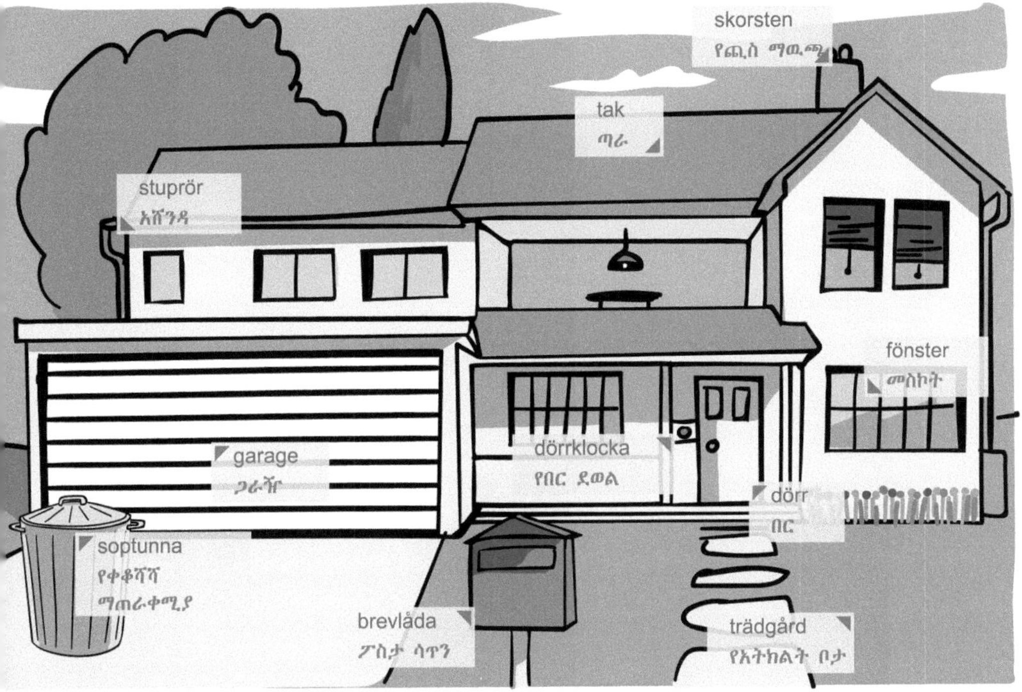

vardagsrum

ሳሎን

badrum

መታጠቢያ ቤት

kök

ማድቤት

sovrum

መኝታ ቤት

barnrum

የልጅ ክፍል

matsal

መመገቢያ ክፍል

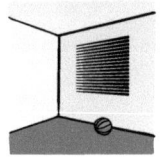

golv

ወለል

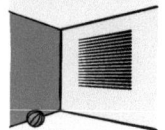

vägg

ግድግዳ

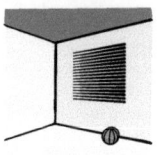

tak

ጣሪያ

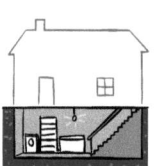

källare

ምድር ቤት

bastu

በእንፋሎት ሙቀት መታጠቢያ ቤት

balkong

ሰገነት

terrass

ከፍ ያለ መደብ

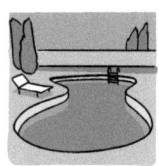

bassäng

የመዋኛ ገንዳ

gräsklippare

የማጨጃ መኪና

lakan

አንሶላ

överkast

የአልጋ ልብስ

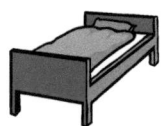

säng

አልጋ

kvast

መጥረጊያ

hink

ባልዲ

strömbrytare

ማብሪያና ማጥፊያ

vardagsrum

ሳሎን

tapet
የግድግዳ ወረቀት
bild
ፎቶ
lampa
መብራት
hylla
መደርደሪያ
skåp
ቁም ሳጥን፤ ካቢኔ
TV
eldstad
የእሳት መሞቂያ
blomma
አበባ
kudde
ትራስ
soffa
ሶፋ
vas
የአበባ ማስቀመጫ
fjärrkontroll
ሪሞት ኮንትሮል

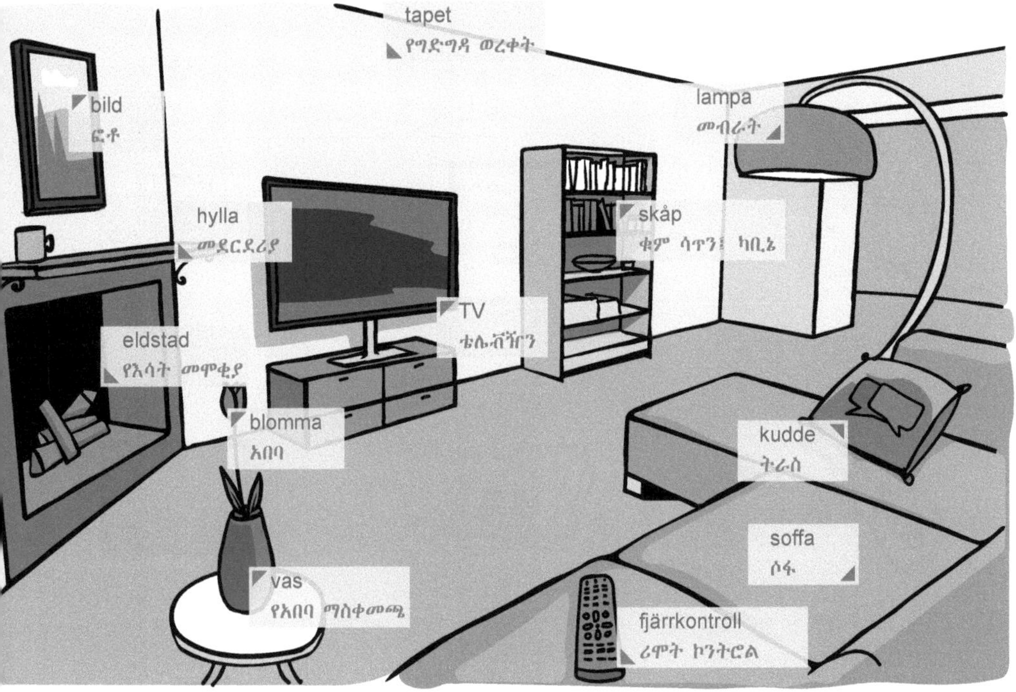

matta

ንጣፍ

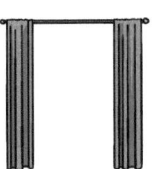

gardin

መጋረጃ

bord

ጠረጴዛ

stol

ወንበር

gungstol

ተወዛዋዥ ወንበር

fåtölj

ባለመደገፊያ ወንበር

bok

መጽሐፍ

filt

ብርድ ልብስ

dekoration

ጌጥ

vedträ

ማገዶ

film

ፊልም

stereoanläggning

የሙዚቃ መማጪወቻ

nyckel

ቁልፍ

dagstidning

ጋዜጣ

målning

ስዕል

poster

የተለጠፈ ማስታወቂያ እንደ ስዕል

radio

ራዲዮ

anteckningsbok

ማስታወሻ ደብተር

dammsugare

የአየር ማፅጃ ለምንጣፍ

kaktus

ቁልቋል

stearinljus

ሻማ

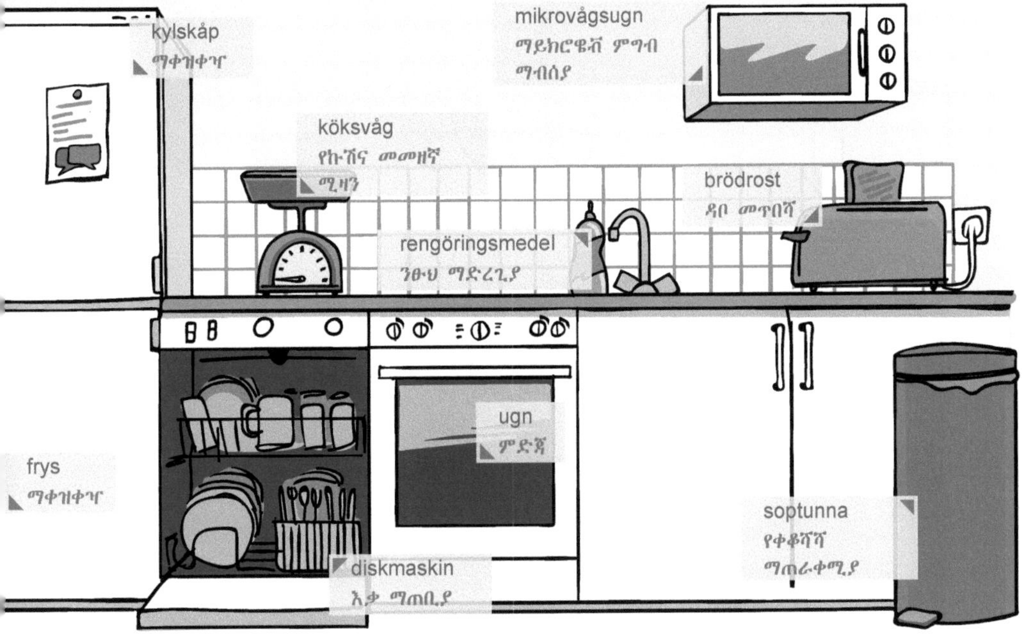

kylskåp
ማቀዝቀዣ

mikrovågsugn
ማይክሮዌቭ ምግብ
ማብሰያ

köksvåg
የኩሽና መመዘኛ
ሚዛን

brödrost
ዳቦ መጥበሻ

rengöringsmedel
ንፁህ ማድረጊያ

ugn
ምድጃ

frys
ማቀዝቀዣ

soptunna
የቀቆሻሻ
ማጠራቀሚያ

diskmaskin
እቃ ማጠቢያ

spis

ምግብ አብሳይ

kastrull

ማሰሮ

järngryta

የብረት ማሰሮ

wok / kadai

ምግብ ማብሰያ ዝርግ ድስት

stekpanna

የምግብ መጥበሻ

vattenkokare

ማንቆርቆሪያ

ångkokare

የእንፋሎት ማብሰያ

bakplåt

የመጋገሪያ ትሪ

porslin

ሰብሰቦች

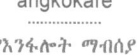

mugg

ትልቅ ኩባያ

skål

ጎድጓዳ ሳህን

ätpinnar

ቾፕስቲክስ

soppslev

ጭልፋ

stekspade

መሰቅሰቂያ ዝርግ ማንኪያ

visp

ማደባለቂያ

durkslag

መወጠሪያ

sil

ወንፊት

rivjärn

መፈርፈሪያ መሳሪያ

mortel

ሲሚንቶ

grill

የፍም ጥብስ

brasa

የተለቀቀ እሳት

skärbräda

መክተፊያ

kavel

ተንሸራታች መርፌ

korkskruv

የጠርሙስ መክፈቻ

burk

ጣሳ

burköppnare

የጣሳ መክፈቻ

grytlapp

የማሰሮ መሸፈኛ

vask

ሳህን ማጠቢያ

borste

ብሩሽ

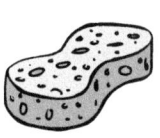

svamp

ስፖንጅ

mixer

መደባለቂያ መሳሪያ

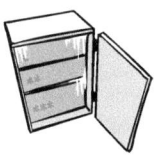

frys

በጣም ማቀዝቀዣ

nappflaska

ጡጦ

kran

ቧንቧ

badrum

መታጠቢያ ቤት

handduk
ፎጣ
dusch
መታጠቢያ
duschdraperi
የመታጠቢያ ቤት መጋረጃ
bubbelbad
የአረፋ መታጠቢያ
badkar
የመታጠቢያ ገንዳ
glas
ብርጭቆ
tvättmaskin
የልብስ ማጠቢያ
kakel
ማዕዘን ወለል
kran
ቧንቧ
potta
ፖፖ
vask
ሳህን ማጠቢያ

toalett

ሽንት ቤት

låg toalett

የሽንት ቤት መቀመጫ

bidet

ሳፋ

pissoar

የመንገድ ዳር መሽኛ

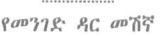

toalettpapper

የሽንት ቤት ወረቀት

toalettborste

የሽንት ቤት ማፅጃ ብሩሽ

tandborste

የጥርስ ብሩሽ

tandkräm

የጥርስ ሳሙና

tandtråd

የጥርስ ማፅጃ ክር

tvätta

መታጠብ

handdusch

የእጅ መታጠቢያ

intimdusch

መታጠቢያ

handfat

ጎድጓዳ ሳህን

ryggborste

የጀርባ ብሩሽ

tvål

ሳሙና

duschgel

መታጠቢያ የሚዝለገለግ ሳሙና

schampo

የፀጉር መታጠቢያ ሳሙና

trasa

ለስላሳ ጨርቅ

avlopp

ፍሳሽ

crème

ክሬም

deodorant

ጠረን መቀየሪያ ንጥረ ነገር

spegel

መስታወት

handspegel

የእጅ መስታወት

rakhyvel

ምላጭ

raklödder

የመላጫ አረፋ

rakvatten

ከመላጨት በኋላ የሚቀባ ሽቱ

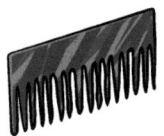

kam

ማበጠሪያ

borste

ብሩሽ

hårtork

የፀጉር ማድረቂያ

hårspray

በፀጉር ላይ የሚነፋ

smink

የፊት መቀባቢያ

läppstift

የከንፈር ቀለም

nagellack

የጥፍር ቀለም

bomullsvadd

የጥጥ ሱፍ

nagelsax

ጥፍር መቁረጫ

parfym

ሽቶ

necessär

ማጠቢያ ባልዲ

pall

መቀመጫ

våg

ሚዛን

badrock

የመታጠቢያ ልብስ

gummihandskar

የላስቲክ ጓንት

tampong

ሞዴስ

binda

የፅዳት ፎጣ

kemisk toalett

የሽንት ቤት ኬሚካል

barnrum

የልጅ ክፍል

väckarklocka
gosedjur
የህፃን አሻንጉሊት
leksaksbil
የመጫወቻ መኪና
skallra
ማንገጫገጫ
መጫወቻ
dockhus
የአሻንጉሊት ቤት
present
ስጦታ

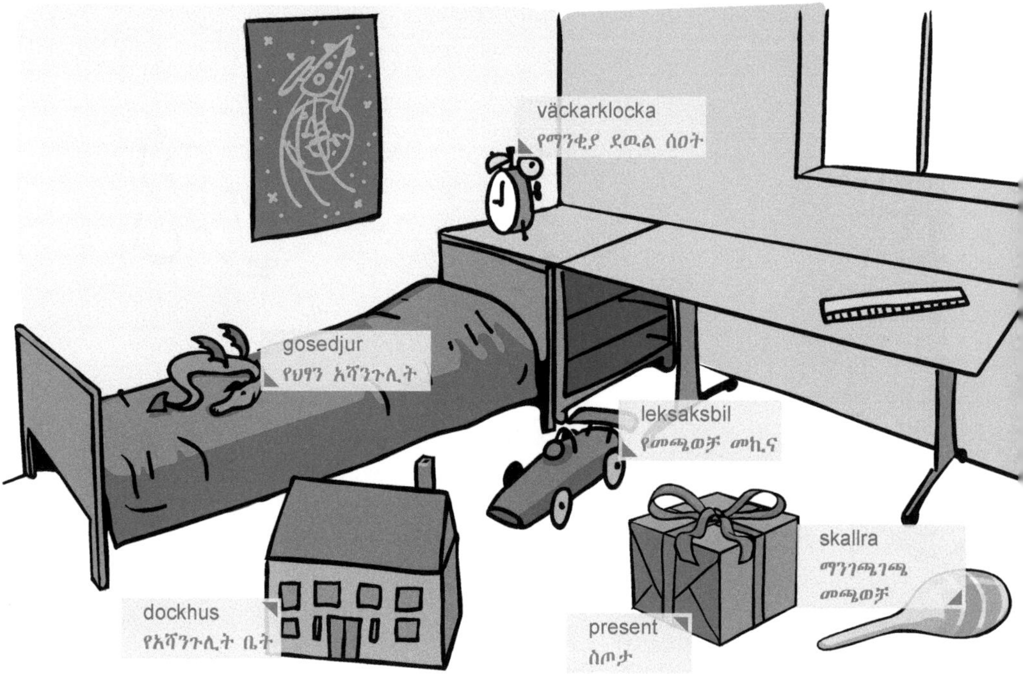

ballong

ፊኛ

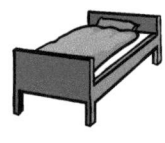

säng

አልጋ

barnvagn

የህፃን ማንሸራሸሪያ ጋሪ

kortlek

የካርታ መጫወቻ

pussel

ቁርጥራጭ ምስሎችን የማገጣጠም
እና ምስል የማግኘት ጨዋታ

serietidning

አዝናኝ

legobitar

ተገጣጣሚ መጫወቻ

klossar

የመጫወቻ መገጣጠሚያዎች

actionfigur

የድርጊት ምስል

sparkdräkt

የህፃን እድገት

frisbee

የፕላስቲክ መጫወቻ ዝርግ ሰሀን

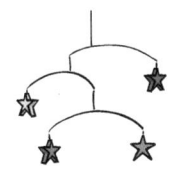

mobil

ተወዛዋዥ የህፃን ማጫወቻ

brädspel

የሰሌዳ ጨዋታ

tärning

የመጫወቻ ጠጠር

modelljärnväg

የመጫወቻ ባቡር

napp

የእንጀራ እናት ጡጦ

party

ድግስ

bilderbok

የስዕል መፅሀፍ

boll

ኳስ

docka

አሻንጉሊት

spela

መጫወት

sandlåda

የአሸዋ መጫወቻ

gunga

ዥዋዥዌ

leksaker

መጫወቻዎች

spelkonsol

የቪዲዮ መጫወቻ

trehjuling

ባለ ሶስት ጎማ ብስክሌት

nalle

የአሻንጉሊት ድብ

garderob

ቁምሳጥን

kläder

አልባሳት

sockar

ካልሲዎች

strumpor

ስቶኪንጎች

tights

ታይት

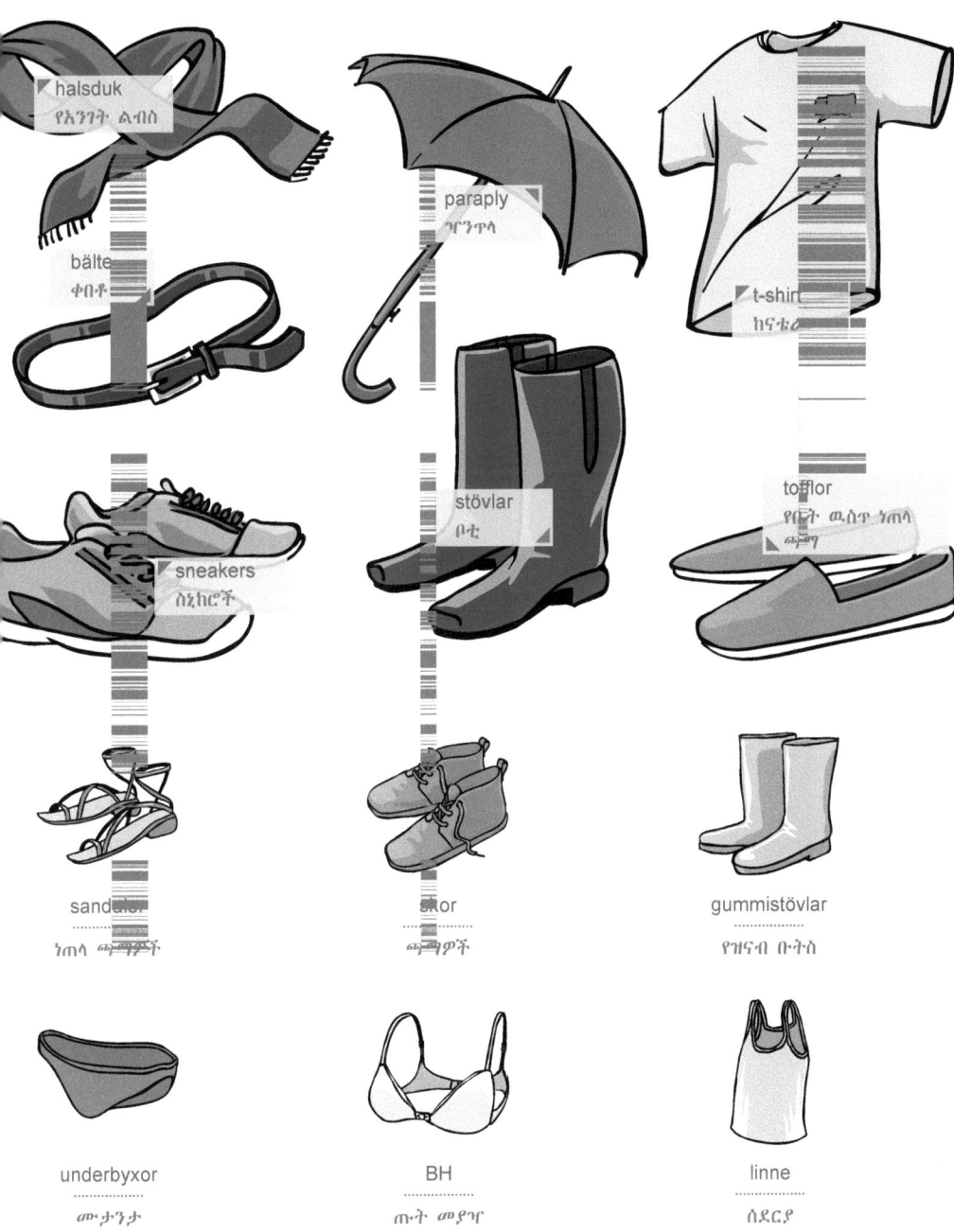

halsduk
የአንገት ልብስ

paraply
ጃንጥላ

t-shirt
ከናቴራ

bälte
ቀበቶ

stövlar
ቡቲ

tofflor
የቤት ዉስጥ ነጠላ ጫማዎች

sneakers
ስኒከሮች

sandaler
ነጠላ ጫማዎች

skor
ጫማዎች

gummistövlar
የዝናብ ቡትስ

underbyxor
ሙታንታ

BH
ጡት መያዣ

linne
ሰደሪያ

body

ሰዉነት

byxor

ሱሪዎች

jeans

ጅንስ

kjol

ጉርድ ቀሚስ

blus

ሸሚዝ

skjorta

ሸሚዝ

pullover

የሚጠለቅ ሹራብ

sweater

ሹራብ

blazer

ዩኒፎርም ጃኬት

jacka

ጃኬት

kappa

ኮት

regnjacka

የዝናብ ኮት

dräkt

ልብስ

klänning

ቀሚስ

bröllopsklänning

የሙሽራ ቀሚስ

kostym

ሱፍ

nattlinne

የለሊት ልብስ

pyjamas

የለሊት ልብስ

sari

ረጅም ቀሚስ

slöja

ሂጃብ

turban

ጥምጣም

burka

ቡርቃ

kaftan

ሽርጥ

abaya

አባያ

baddräkt

የዋና ልብስ

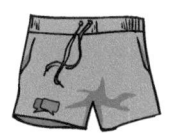

badbyxor

አጭር ቁምጣ

shorts

ቁምጣዎች

träningsoverall

የስራ ቱታ

förkläde

ሽርጥ

handskar

ጓንት

knapp

ቁልፍ

glasögon

መነፅር

armband

አምባር

halsband

የአንገት ሀብል

ring

ቀለበት

örhänge

የጆሮ ጌጥ

mössa

ኮፍያ

galge

የኮት መስቀያ

hatt

ኮፍያ

slips

ከረቫት

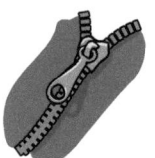

dragkedja

ዚፕ

hjälm

የብረት ቆብ

hängslen

መደገፊያ

skoluniform

የትምህርት ቤት የደንብ ልብስ

uniform

የደንብ ልብስ

haklapp

መያረብ

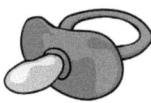

napp

የእንጀራ እናት ጡጦ

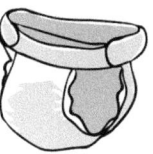

blöja

ሽንት ጨርቅ

kontor

ቢሮ

server
ማስራጪ
ጣቢያ

dokumentskåp
የፋይል መደርደሪያ
ካቢኔ

skrivare
የህትመት መሳሪያ

papper
ወረቀት

bildskärm
መቆጣጠሪያ

mus
ማዊዝ

skrivbord
መፃፊያ ጠረጴዛ

mapp
ማህደር

tangentbord
የመፃፊ ቁልፎች

papperskorg
የቆሻሻ ወረቀት መጣያ
ቅርጫት

dator
ኮምፒዉተር

stol
ወንበር

kaffemugg

የቡና መጠጫ ትልቅ ኩባያ

miniräknare

ማስሊያ ማሽን

internet

ኢንተርኔት

kontor - ቢሮ   49

bärbar dator

ላፕቶፕ

brev

ደብዳቤ

meddelande

መልዕክት

mobiltelefon

ተንቀሳቃሽ ስልክ

nätverk

የግንኙነት አዉታር

kopieringsapparat

ማባዣ ማሽን

programvara

ሶፍትዌር

telefon

ስልክ

vägguttag

የግድግዳ ሶኬት

fax

የፋክስ ማሽን

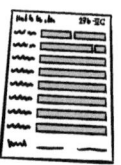

blankett

ቅፅ

dokument

ሰነድ

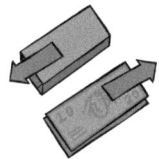

köpa

መግዛት

betala

መክፈል

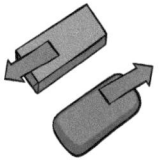

handla

መነገድ

pengar

ገንዘብ

dollar

ዶላር

euro

ዩሮ

yen

የን

rubel

ሩብል

schweizisk franc

የስዊዝ ፍራንክ

renminbi yan

ሬንሚንቢ ዩዋን

rupie

ሩፒ

bankomat

የገንዘብ ነጥብ

växelkontor

የዉጭ ገንዘብ ምንዛሪ ቢሮ

guld

ወርቅ

silver

ብር

olja

ዘይት

energi

ሀይል፤ ጉልበት

pris

ዋጋ

kontrakt

ግንኙነት

skatt

ቀረጥ

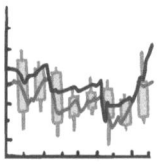

aktie

አክስዮን

arbeta

መስራት

anställd

ተቀጣሪ

arbetsgivare

ቀጣሪ

fabrik

ፋብሪካ

affär

ሱቅ

polis
የፖሊስ አዛዥ
brandman
የእሳት አደጋ ሰራተኛ
kock
ምግብ አብሳይ
läkare
ዶክተር
pilot
አብራሪ

trädgårdsmästare

አትክልተኛ

snickare

አናጢ

sömmerska

ልብስ ሰፊ ሴት

domare

ዳኛ

kemist

ቀማሚ

skådespelare

ተዋናይ

busschaufför

የአዉቶቢስ ሹፌር

taxichaufför

የታክሲ ሹፌር

fiskare

አሳ አጥማጅ

städerska

ፅዳት ሰራተኛ

takläggare

የጣራ ሰራተኛ

servitör

አስተናጋጅ

jägare

አዳኝ

målare

ሰዓሊ

bagare

ጋጋሪ

elektriker

የኤሌትሪክ ሰራተኛ

byggarbetare

ገምቢ

ingenjör

መሃሃዲስ

slaktare

ልኳንዳ

rörmokare

የቧንቧ ሰራተኛ

brevbärare

የፖስታ ሰራተኛ

soldat

ወታደር

arkitekt

መሃንዲስ

kassör

የሒሳብ ሰራተኛ

florist

አበባ ሻጭ

frisör

የፀጉር ሰራተኛ

konduktör

ቲኬት ቆራጭ

mekaniker

መካኒክ

kapten

ካፒቴን

tandläkare

የጥርስ ሐኪም

vetenskapsman

ተመራማሪ

rabbin

መምህር

imam

የሙስሊም ሃይማኖታዊ መሪ

munk

መነኩሴ

präst

ካህን

verktyg

ሳሪያዎች

hammare
መዶሻ
tång
ተቆላፊ ጉጠት
skruvmejsel
መፍቻ
skiftnyckel
የመሳሪ መፍቻ
ficklampa
ባትሪ

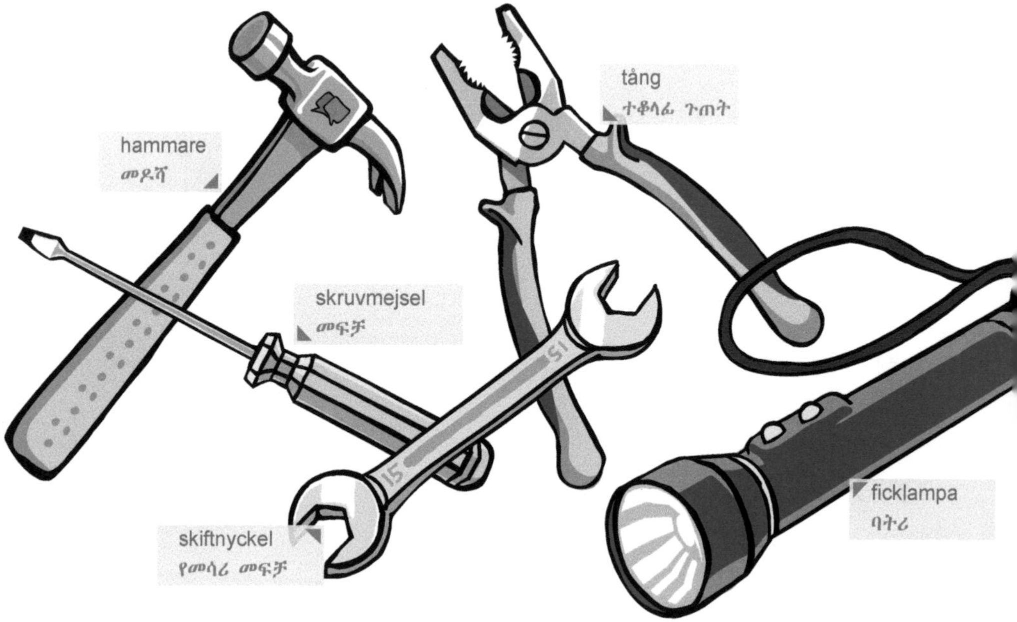

grävmaskin

በቁፋሮ የሚዝቅ

verktygslåda

የመፍቻ ሳጥን

stege

መሰላል

såg

መጋዝ

spik

ምስማር

borr

መሰርሰሪያ

reparera

መጠገን

spade

አካፋ

Helvete!

የተረገመ!

sopskyffel

ቆሻሻ ማፈሻ

färgburk

የቀለም ቆርቆሮ

skruvar

ብሎን

musikinstrument

የሙዚቃ መሳሪያዎች

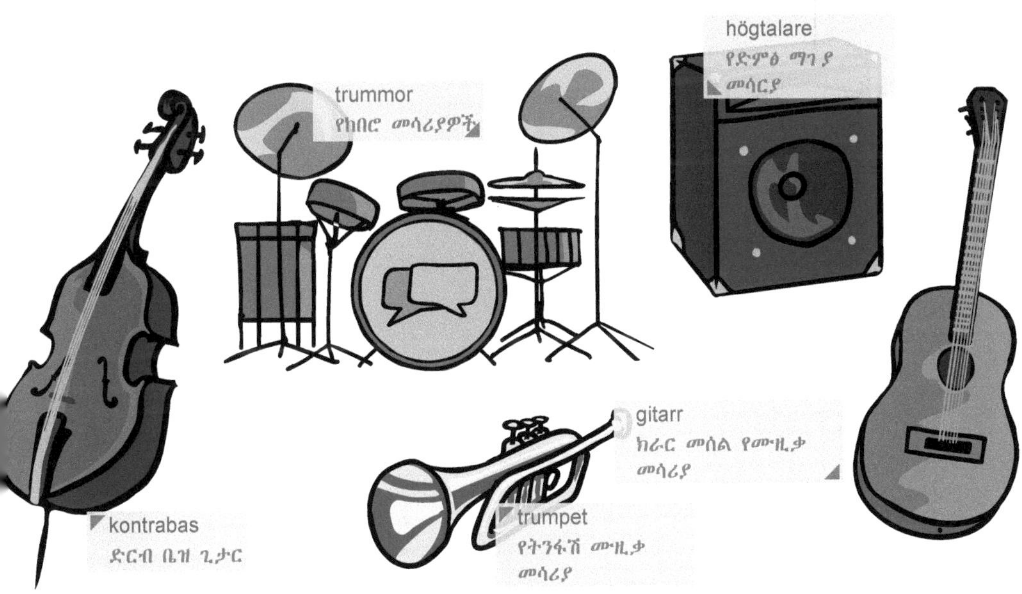

trummor
የከበሮ መሳሪያዎች

högtalare
የድምፅ ማጉያ
መሳርያ

gitarr
ክራር መሰል የሙዚቃ
መሳሪያ

kontrabas
ድርብ ቤዝ ጊታር

trumpet
የትንፋሽ ሙዚቃ
መሳሪያ

piano

ፒያኖ

violin

ቫዮሊን

bas

ወፍራም፣ ጎርናና ድምፅ ያለዉ ክራር መሰል ሙዚቃ መሳሪያ

timpani

ነጋሪት

trumma

ከበሮ

keyboard

በኤሌክትሪክ የሚሰራ ፒኖ

saxofon

የትንፋሽ ሙዚቃ መሳሪያ

flöjt

ዋሽንት

mikrofon

የድምፅ ማጉያ

ZOO

የደር እንስሳት ማቆያ

ingång
መግቢያ
tiger
ነብር
bur
ሳጥን
zebra
የሜዳ አህያ
djurfoder
የእንስሳ ምግብ
panda
ትልቅ ድብ

djur

እንስሳቶች

elefant

ዝሆን

känguru

ካንጋሮ

noshörning

አዉራሪስ

gorilla

ትልቅ ዝንጀሮ

björn

ድብ

kamel

ግመል

struts

ሰጎን

lejon

አንበሳ

apa

ጦጣ

flamingo

ቅልጥመ ረዥም ወፍ

papegoja

በቀቀን

isbjörn

የወዋልታ ድብ

pingvin

የዋልታ ወፎች

haj

ረጅም ጥርሶች ያሉትአሳ ነባሪ

påfågel

ጣዎስ

orm

እባብ

krokodil

አዞ

djurskötare

የዱር አራዊት የሚጠበቁበት ማቆያን የሚጠብቅ

säl

አሳ በሊታ የባህር እንስሳ

jaguar

የዱር ድመት

ponny

ድንክ ፈረስ

leopard

ነብር

flodhäst

ጉማሬ

giraff

ቀጭኔ

örn

ንስር

vildsvin

ከርከሮ

fisk

አሳ

sköldpadda

የባህር ኤሊ

valross

የባህር አውሬ

räv

ቀበሮ

gazell

የሜዳ ፍየል ፤ ሚዳቋ

sport

የስፖርት አይነቶች

amerikansk fotboll
የአሜሪካ እግርኳስ
cykling
የብስክሌት ስፖርት
tennis
ቴኒስ
basket
የቅርጫት ኳስ
simning
ዋና
boxning
የቡጢ ስፖርት
ishockey
የበረዶ ላይ የገና ጨዋታ

fotboll

እግር ኳስ

badminton

የላበ ኳስ ጨዋታ

friidrott

አትሌቲክስ

handboll

የእጅ ኳስ ስፖርት

skidåkning

የበረዶ መንሸራተት ስፖርት

polo

ፈረስ ግልቢያ

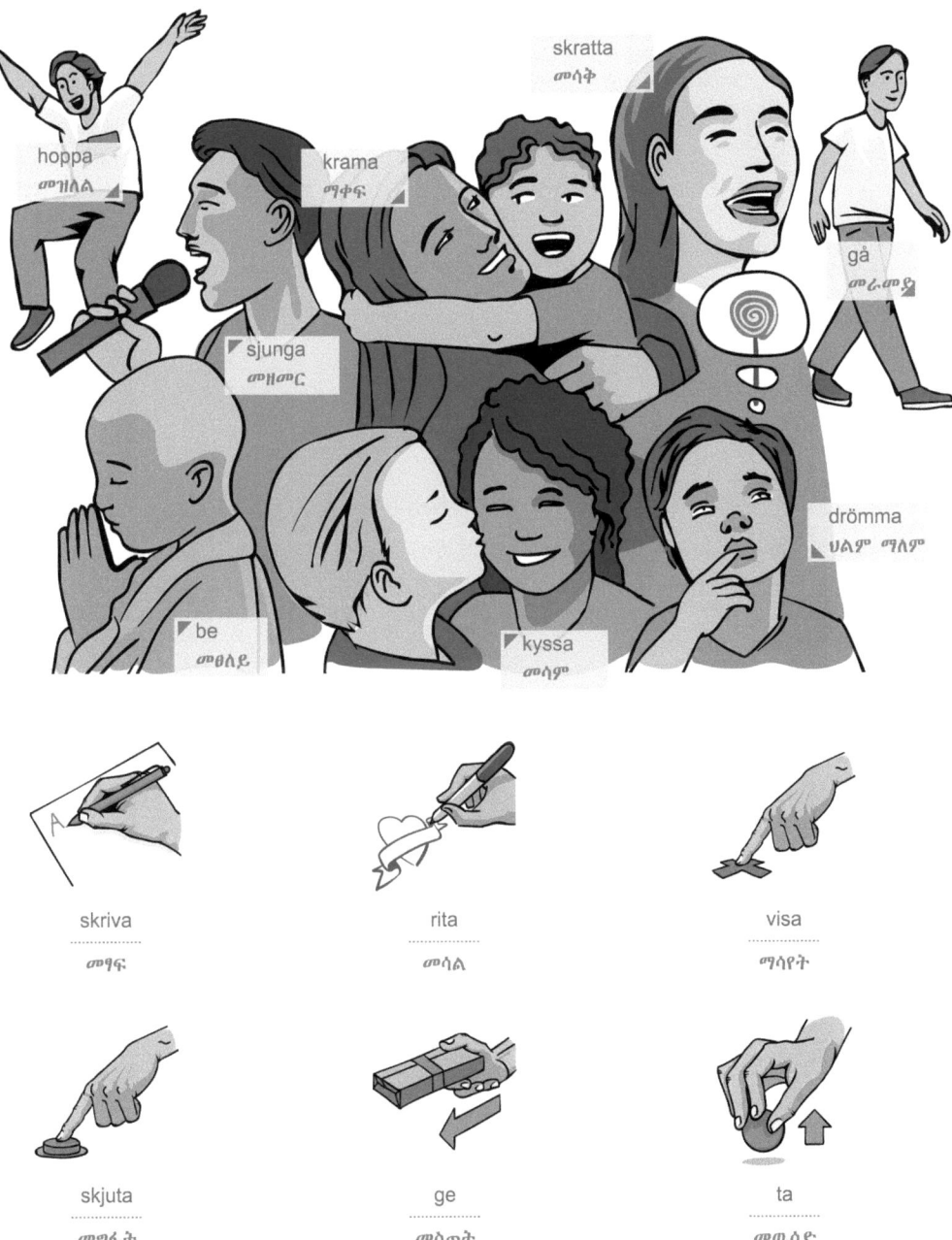

skratta
መሳቅ
hoppa
መዝለል
krama
ማቀፍ
gå
መራመድ
sjunga
drömma
ህልም ማለም
be
መፀለይ
kyssa
መሳም

skriva

መፃፍ

rita

መሳል

visa

ማሳየት

skjuta

መግፋት

ge

መስጠት

ta

መዉሰድ

hagel

መያዝ

göra

ማድረግ

vara

መሆን

stå

መቆም

springa

መሮጥ

dra

መሳብ

kasta

መወርወር

falla

መዉደቅ

ligga

መዋሸት

vänta

መጠበቅ

bära

መሸከም

sitta

መቀመጥ

klä på

መልበስ

sova

መተኛት

vakna

መንቃት

se på

መመልከት

gråta

ማለልቀስ

smeka

መጬር

kamma

ማበጠር

prata

ማዉራት

förstå

መረዳት

fråga

ጥያቄ

höra

ማዳመጥ

dricka

መጠጣት

äta

መብላት

städa

ማንፃት

älska

ማፍቀር

laga mat

ምግብ ማብሰል

köra

መንዳት

flyga

መብረር

segla

መርከብ መንዳት

räkna

ቁጥሮችን ማስላት

läsa

ማንበብ

lära sig

መማር

arbeta

መስራት

gifta sig

ማግባት

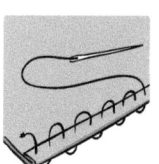

sy

መስፋት

borsta tänderna

ጥርስ መቦረሽ

döda

መግደል

röka

ማጨስ

skicka

መላክ

familj

ቤተሰብ

ormor/farmor
ት አያት
morfar/farfar
የወንድ አያት
pappa
አባት
mamma
እናት
baby
ህፃን
dotter
ሴት ልጅ
son
ወንድ ልጅ

gäst

እንግዳ

moster/faster

አክስት

farbror/morbror

አጎት

bror

ወንድም

syster

እህት

kropp

አካል

panna
ግንባር
öga
አይን
skuldra
ትከሻ
finger
ጣት
ansikte
ፊት
haka
አገጭ
hand
እጅ
bröst
ጡት
ben
እግር
arm
ክንድ

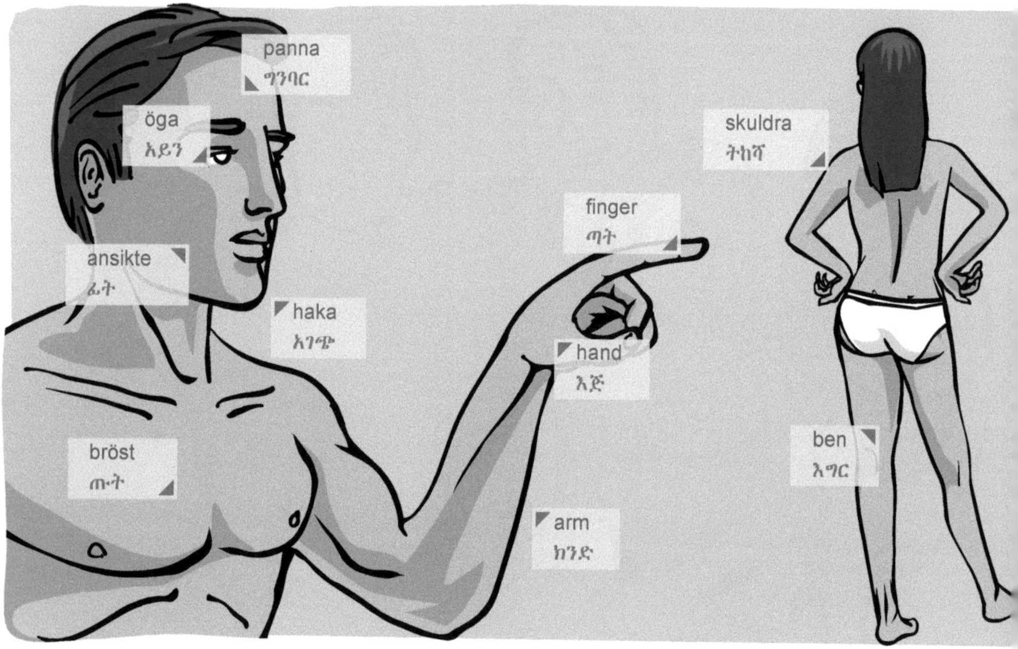

baby

ህፃን

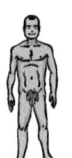

man

ሰዉ

kvinna

ሴት

flicka

ልጃገረድ

pojke

ወንድ ልጅ

huvud

ራስ

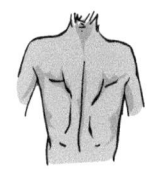

rygg

ጀርባ

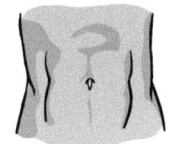

mage

ሆድ

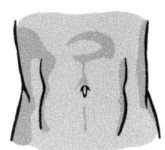

navel

እምብርት

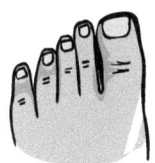

tå

የእግር ጣት

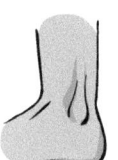

häl

ተረከዝ

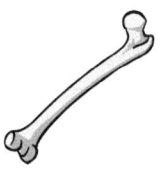

ben

አጥንት

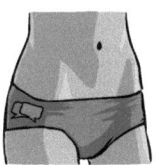

höft

ዳሌ

knä

ጉልበት

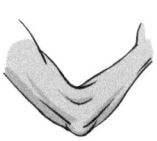

armbåge

ክርን

näsa

አፍንጫ

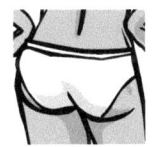

stjärt

ቂጥ

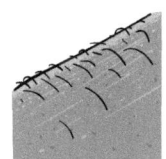

hud

ቆዳ

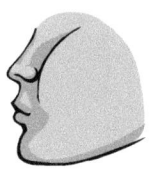

kind

ጉንጭ

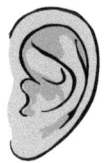

öra

ጆሮ

läpp

ከንፈር

mun

አፍ

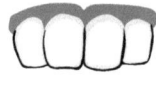

tand

ጥርስ

tunga

ምላስ

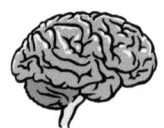

hjärna

አንጎል

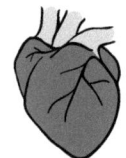

hjärta

ልብ

muskel

ጡንቻ

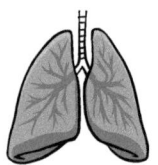

lunga

ሳምባ

lever

ጉበት

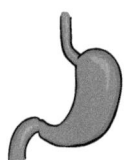

magsäck

ሆድ

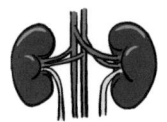

njurar

ኩላሊቶች

sex

የግብረስጋ ግንኙነት

kondom

ኮንዶም

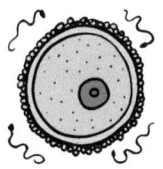

äggcell

የሴት እንቁላል

sperma

የዘር ፈሳሽ

graviditet

እርግዝና

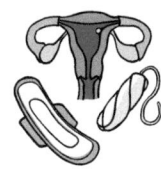

menstruation

የወር አበባ

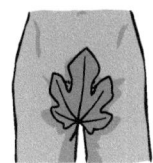

vagina

እምስ

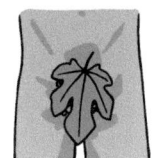

penis

ቁላ

ögonbryn

ቅንድብ

hår

ፀጉር

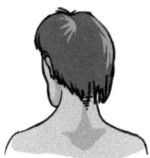

nacke

አንገት

sjukhus
ሆስፒታል

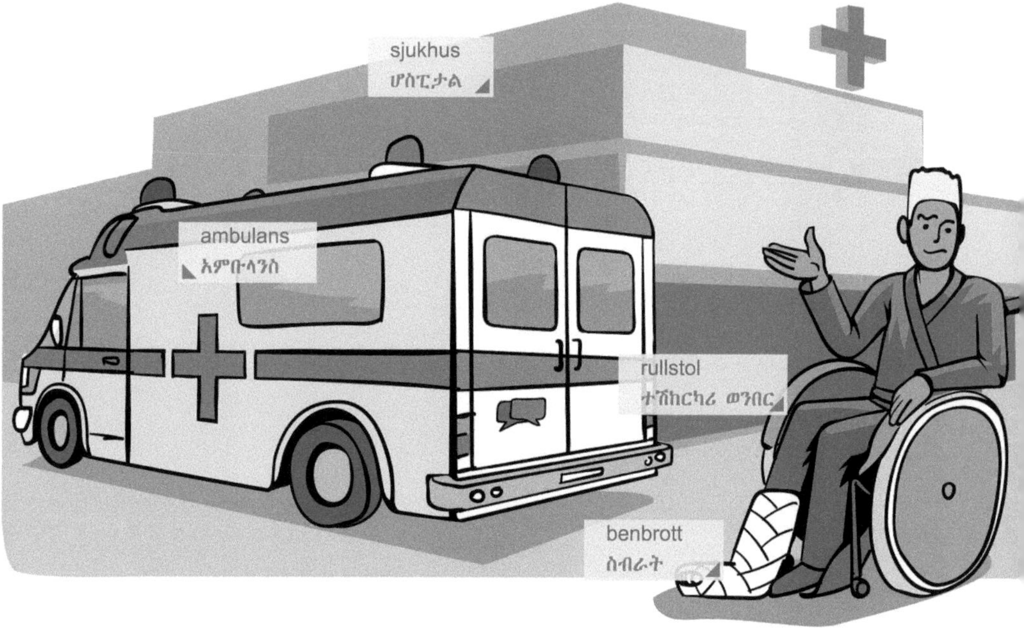

sjukhus
ሆስፒታል
ambulans
አምቡላንስ
rullstol
ተሽከርካሪ ወንበር
benbrott
ስብራት

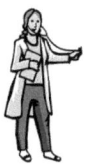

läkare

ዶክተር

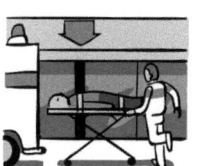

akutmottagning

ድንገተኛ ክፍል

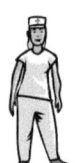

sjuksköterska

ነርስ

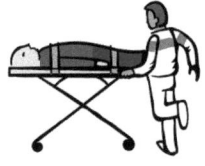

nödsituation

ድንገተኛ

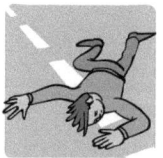

medvetslös

ራስን መሳት/ አለማወቅ

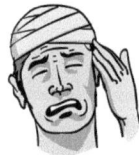

smärta

ህመም

skada

ጉዳት

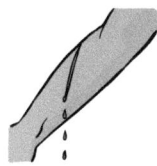

blödning

መድማት

hjärtattack

የልብ ድካም

slaganfall

ስትሮክ

allergi

አለርጂ

hosta

ሳል

feber

ትኩሳት

influensa

ኢንፍሎዌንዛ

diarré

ተቅማጥ

huvudvärk

የራስ ምታት

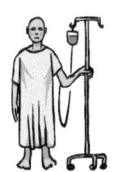

cancer

ካንሰር

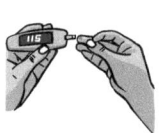

diabetes

የስኳር በሽታ

kirurg

ቀዶ ጠጋኝ ሐኪም

skalpell

የቀዶ ጥገና ስለት

operation

ቀዶ ጥገና

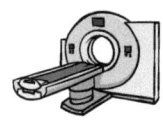

CT

ሲቲ

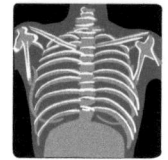

röntgen

ኤክስሬዮ

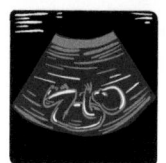

ultraljud

አልትራሳዉንድ

ansiktsmask

የፊት ጭምብል

sjukdom

በሽታ

väntsal

መጠበቂያ ክፍል

krycka

ምርኩዝ

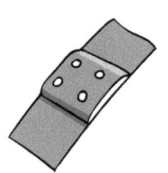

plåster

የቁስል ማሸጊያ

bandage

ፋሻ

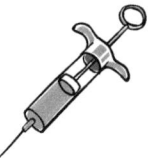

injektion

መርፌ

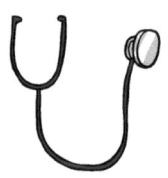

stetoskop

የልብ ምት ማዳመጫ መሳሪያ

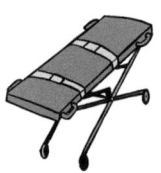

bår

የበሽተኛ አልጋ

termometer

የህክምና ሙቀት መለኪያ መሳሪያ

födsel

መውለድ

övervikt

ከልክ ያለፈ ክብደት

hörapparat

ለመስማት የሚረዳ መሳሪያ

desinfektionsmedel

ፀረ ተባይ መድሀኒት

infektion

ማመርቀዝ

virus

ቫይረስ

HIV / AIDS

ኤች አይቪ ኤድስ

medicin

ህክምና

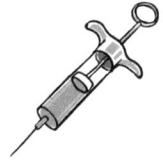

vaccination

ክትባት

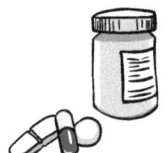

tabletter

ኪኒን

p-piller

ኪኒን

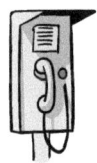

nödsamtal

አስቸኳይ የስልክ ጥሪ

blodtrycksmätare

ደም ግፊት መቆጣጠሪያ

sjuk / frisk

ህመም/ ጤንነት

nödsituation

ድንገተኛ

Hjälp!

እርዳታ!

alarm

ማንቂያ ደወል

överfall

ጥቃት

misshandel

ድብደባ

fara

አደጋ

nödutgång

የድንገተኛ መዉጫ

Det brinner!

እሳት!

brandsläckare

እሳት ማጥፊያ

olycka

አደጋ

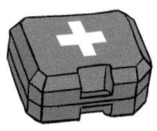

förbandslåda

የመጀመሪያ እርዳታ መድሃኒት መያዣ

SOS

ነፍስ አድን

polis

ፖሊስ

Europa

አዉሮፓ

Nordamerika

ሰሜን አሜሪካ

Sydamerika

ደቡብ አሜሪካ

Afrika

አፍሪካ

Asien

እስያ

Australien

አዉስትራሊያ

Atlanten

አትላንቲክ

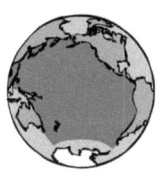

Stilla Havet

ፓስፊክ

Indiska Oceanen

የህንድ ዉቅያኖስ

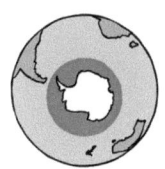

Antarktiska Oceanen

አንታርክቲክ ዉቅያኖስ

Arktiska Oceanen

አርክቲክ ዉቅያኖስ

Nordpol

ሰሜን ዋልታ

Sydpol

ደቡብ ዋልታ

Antarktis

አንታርክቲካ

Jorden

ምድር

land

መሬት

hav

ባህር

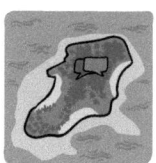

ö

ደሴት

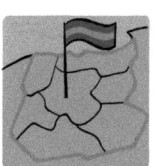

nation

አገርና ህዝብ

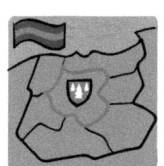

stat

መንግስት

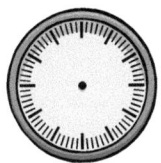

klocka
ሰዓት

urtavla

የሰዓት ገፅታ

timvisare

ሰዓት

minutvisare

ደቂቃ

sekundvisare

ሴኮንድ

Vad är klockan?

ስንት ሰዓት ነው?

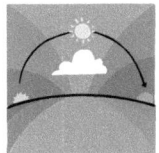

dag

ቀን

tid

ጊዜ

nu

አሁን

digital klocka

የቁጥር ሰዐት

minut

ደቂቃ

timme

ሰዓታት

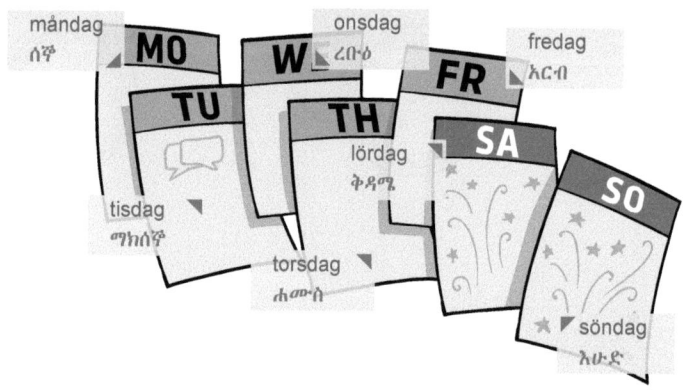

måndag
ሰኞ
onsdag
ረቡዕ
fredag
ኣርብ
tisdag
ማክሰኞ
torsdag
ሓሙስ
lördag
ቅዳሚ
söndag
እሁድ

igår
ትላንት

idag
ዛሬ

imorgon
ነገ

morgon
ማለዳ

middag
ቀትር

kväll
ምሽት

MO	TU	WE	TH	FR	SA	SU
1	2	3	4	5	6	7
8	9	10	11	12	13	14
15	16	17	18	19	20	21
22	23	24	25	26	27	28
29	30	31	1	2	3	4

vardagar
የስራ ቀናት

MO	TU	WE	TH	FR	SA	SU
1	2	3	4	5	6	7
8	9	10	11	12	13	14
15	16	17	18	19	20	21
22	23	24	25	26	27	28
29	30	31	1	2	3	4

helg
የዕረፍት ቀናት

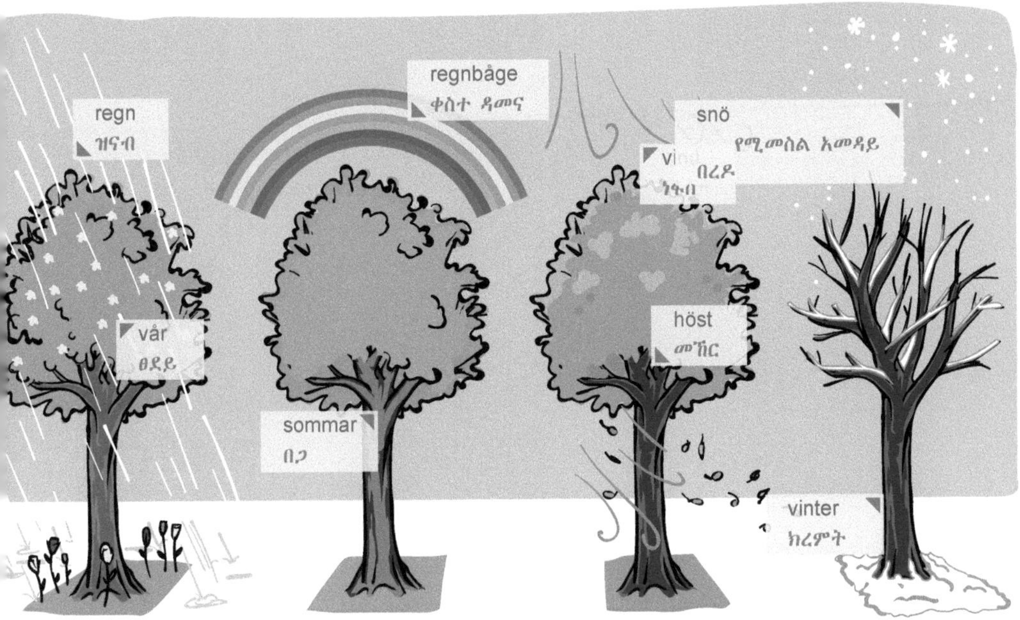

regn
ዝናብ

regnbåge
ቀስተ ዳመና

snö
የሚመስል አመዳይ
በረዶ

vi...
ንፋብ

vår
ፀደይ

höst
መኸር

sommar
በጋ

vinter
ክረምት

väderprognos
የአየር ሁኔታ ትንበያ

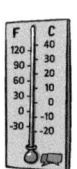

termometer
የሙቀት መለኪያ

solsken
የፀሀይ ሙቀት

moln
ደመና

dimma
ጭጋግ

luftfuktighet
እር በታማነት

blixt

መብረቕ

åska

ነጎድጓድ

storm

አዉሎ ንፋስ

hagel

የበረዶ ዝናብ

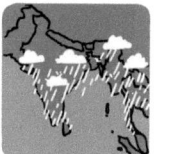

monsun

አዉሎ ንፋስ

översvämning

ጎርፍ

is

በረዶ

januari

ጥር

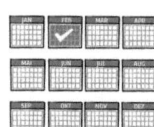

februari

የካቲት

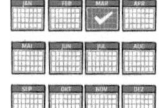

mars

መጋቢት

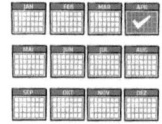

april

ሚያዚያ

maj

ግንቦት

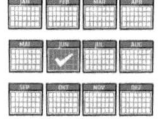

juni

ሰኔ

juli

ሐምሌ

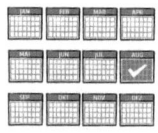

augusti

ነሀሴ

82 år - ዓመት

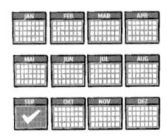

september
....
መስከረም

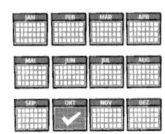

oktober
....
ጥቅምት

november
....
ህዳር

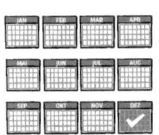

december
....
ታህሳስ

former
ቅርፆች

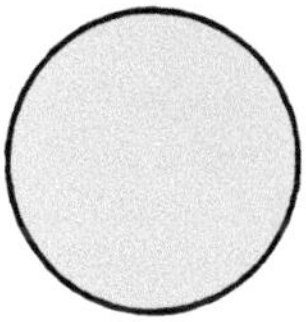

cirkel
....
ክብ

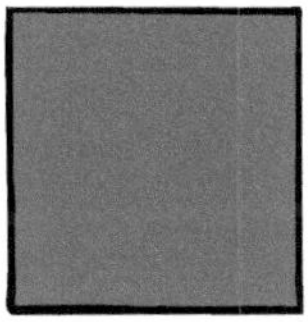

kvadrat
....
አራት ማዕዘን

rektangel
....
አራት ቀጥተኛ ማዕዘኖች ጎኖች
ያሉት ቅርፅ

triangel
....
ሶስት ማዕዘን

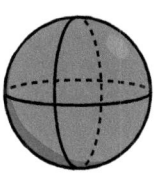

sfär
....
ሉል

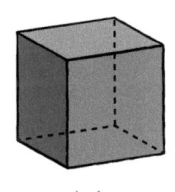

kub
....
ስድስት ጎን ያለዉ ቅርፅ

färger

ቀለማት

vit

ነጭ

gul

ቢጫ

orange

ብርቱካናማ

rosa

ሮዝ

röd

ቀይ

lila

ወይን ጠጅ

blå

ሰማያዊ

grön

አረንጓዴ

brun

ቡኒ

grå

ግራጫ

svart

ጥቁር

motsatser

ተቃራኒዎች

mycket / lite

....

ብዙ/ ጥቂት

arg / lugn

....

ንዴት/ እርጋታ

vacker / ful

....

ቆንጆ/ አስቀያሚ

början / slut

....

ጅማሬ/ ፍፃሜ

stor / liten

....

ትልቅ/ ትንሽ

ljus / mörk

....

ደማቅ/ ደብዛዛ

bror / syster

....

ወንድም/ እህት

ren / smutsig

....

ንፁህ/ ቆሻሻ

komplett / ofullständig

....

የተሟላ/ ያልተሟላ

dag / natt

....

ቀን/ ምሽት

död / levande

....

የሞተ/ ህያዉ

bred / smal

....

ሰፊ/ ጠባብ

ätlig / oätlig

የሚበላ/ የማይበላ

ond / god

ክፉ/ ደግ

upphetsad / uttråkad

ደስተኛ/ ድብርተኛ

tjock / smal

ወፍራም/ ቀጭን

först / sist

መጀመርያ/ መጨረሻ

vän / fiende

ጓደኛ/ ጠላት

full / tom

ሙሉ/ ጎዶሎ

hård / mjuk

ጠንካራ/ ለስላሳ

tung / lätt

ከባድ/ ቀላል

hunger / törst

ረሃብ/ ጥማት

sjuk / frisk

ህመም/ ጤንነት

olaglig / laglig

ህገወጥ/ ህጋዊ

intelligent / dum

ጎበዝ/ ደደብ

vänster / höger

ግራ/ ቀኝ

nära / långt bort

ቅርብ/ ሩቅ

ny / begagnad

....

አዲስ/ አሮጌ

inget / något

....

ምንም/ የሆነ ነገር

gammal / ung

....

ሽማግሌ/ ወጣት

på / av

....

የበራ/ የጠፋ

öppen / stängd

....

ክፍት/ ዝግ

tyst / högljudd

....

ፀጥታ/ ጫጫታ

rik / fattig

....

ሃብታም/ ደሃ

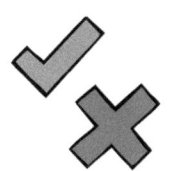

rätt / fel

....

ትክክለኛ/ የተሳሳተ

grov / slät

....

ሻካራ/ ለስላሳ

ledsen / glad

....

ሐዘን/ ደስታ

kort / lång

....

አጭር/ ረዥም

långsam / snabb

....

ዝግተኛ/ ፈጣን

våt / torr

....

እርጥብ/ ደረቅ

varm / sval

....

ሞቃት/ ቀዝቃዛ

krig / fred

....

ጦርነት/ ሰላም

siffror

ቁጥሮች

0	1	2
noll	ett	två
ዜሮ	አንድ	ሁለት
3	4	5
tre	fyra	fem
ሶስት	አራት	አምስት
6	7	8
sex	sju	åtta
ስድስት	ሰባት	ስምንት
9	10	11
nio	tio	elva
ዘጠኝ	አስር	አስራ አንድ

12

tolv

አስራ ሁለት

13

tretton

አስራ ሶስት

14

fjorton

አስራ አራት

15

femton

አስራ አምስት

16

sexton

አስራ ስድስት

17

sjutton

አስራ ሰባት

18

arton

አስራ ስስምንት

19

nitton

አስራ ዘጠኝ

20

tjugo

ሃያ

100

hundra

መቶ

1.000

tusen

ሽህ

1.000.000

miljon

ሚሊዮን

språk

ቋንቋዎች

engelska

እንግሊዝኛ

amerikansk engelska

የአሜሪካ እንግሊዝኛ

kinesisk mandarin

የቻይና ማንዳሪን

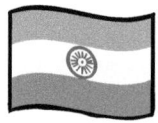

hindi

ሂንዱ

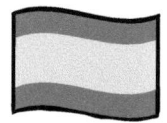

spanska

ስፓኒሽ

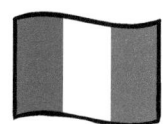

franska

ፍሬንች

arabiska

አረብኛ

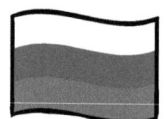

ryska

ራሺያኛ

portugisiska

ፖርቱጊዝ

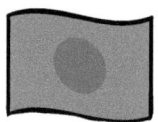

bengali

ቤንጋሊ

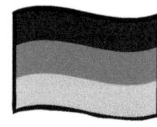

tyska

ጀርመን

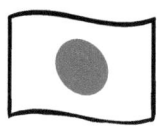

japanska

ጃፓንኛ

vem / vad / hur
ማን/ ምን/ እንዴት

jag

እኔ

du

አንተ

han / hon / den (det)

እሱ/ እርሷ/ እቃዉ

vi

እኛ

ni

አንተ

de

እነርሱ

vem?

ማን?

vad?

ምን?

hur?

እንዴት?

var?

የት?

när?

መቼ?

namn

ስም

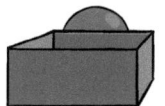

var
የት

bakom

በስተጀርባ

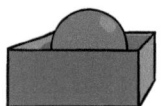

i

ዉስጥ

framför

ከፊት ለፊት

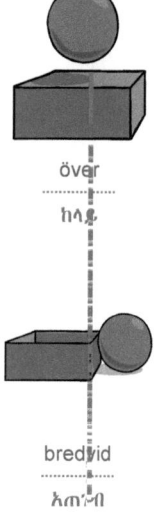

över

ከላይ

på

ላይ

under

ከስር

bredvid

አጠገብ

mellan

መሃከል

plats

ቦታ